Hans de Beer was born in Muiden, near Amsterdam,
Holland. After briefly studying history, he finished his
studies at the Rietveld Art Academy in Amsterdam. The
Little Polar Bear, Hans's art school graduation project,
brought him worldwide success and countless awards,
and has been translated into thirty languages so far.
Today Hans lives and works as a freelance illustrator
with his wife, the Italian illustrator Serena Romanelli, in
Amsterdam and near Florence, Italy.

North
South

The Little Polar Bear by Hans de Beer
Copyright © 1987, 1999 by NordSüd Verlag AG, CH-8050 Zürich, Switzerland.
First published in Switzerland under the title *Kleiner Eisbär–Wohin fährst du, Lars?*
All rights reserved.

This bilingual edition first published in 2020 by NorthSouth Books Inc., New York 10016 in association with Edition bi:libri, 80993 Munich, Germany.

English translation © 2013 by Dr. Kristy Koth
Vietnamese translation © 2020 by Kim S. Le

Distributed in the United States by NorthSouth Books Inc., New York 10016.

Library of Congress Cataloging-in-Publication Data is available.
A CIP catalogue record for this book is available from The British Library.

Printed in China, July 2020
ISBN: 978-0-7358-4442-1

FSC
www.fsc.org
MIX
Paper from
responsible sources
FSC® C144853

Hans de Beer

LITTLE POLAR BEAR
Where Are You Going, Lars?

GẤU TRẮNG NHỎ
Lars ơi, cậu đi đâu đấy?

North South

Edition
bi:libri

Today is a special day for Lars, the little polar bear. He gets to go out on the great ice with his father for the first time, all the way to the sea. Lars lives with his parents near the North Pole, surrounded by snow and ice. On this morning, the world around him is as white as his fur. It's snowing.

Hôm nay là ngày đặc biệt đối với chú gấu trắng nhỏ tên Lars. Lần đầu tiên Lars được cùng bố du hành trên các tảng băng khổng lồ ra tận biển khơi. Cậu ấy sống cùng bố mẹ gần Bắc Cực, nơi quanh năm phủ dày băng và tuyết trắng. Sáng ngày hôm đó, thế giới xung quanh Lars tô màu trắng xóa, trông y chang như bộ lông của cậu ấy. Lúc này tuyết đang rơi.

They reach the sea around noon. It lies before them, blue and endless. "Stay here and pay close attention to how I swim!" says Father Polar Bear as he jumps into the cold water. He swims back and forth several times. Suddenly he dives under. Lars doesn't see him for a long time. He starts to get nervous. But then his father reappears, with a big, beautiful fish! "Look, this is our dinner," says Father Polar Bear and he bites the fish into two halves.

Bố con Lars đến bờ biển vào khoảng giữa trưa. Trước mắt họ là một đại dương xanh vô tận. "Con đứng đây chú ý xem bố bơi nhé!" bố Lars vừa nói vừa nhảy xuống vùng nước biển lạnh cóng. Ông bơi qua bơi lại vài lần rồi đột nhiên lặn xuống dưới. Lars chờ rất lâu nhưng không thấy bố mình. Cậu ấy bắt đầu cảm thấy lo lắng. Nhưng ngay lúc đó, bố Lars xuất hiện trở lại với một con cá thật to, thật đẹp! "Con nhìn nè, đây là bữa tối của bố con mình," nói xong, Gấu Bố cắn con cá kia làm đôi.

Once they've eaten, it's time to go to bed. "Lars, you have to build a pile of snow to shelter you from the cold wind," Father Polar Bear says. They both push the snow together until they've each built a snow pile. Lars is proud of the hill he's made for himself and happily snuggles against the snow. They fall asleep quickly.

Hai bố con vừa ăn xong thì đã đến giờ đi ngủ. "Lars nè, con phải đắp một đống tuyết để cản gió lạnh," Gấu Bố nói. Thế là hai bố con cùng nhau hì hục đẩy tuyết cho đến khi họ đắp được hai đống tuyết. Lars vui vẻ rúc người vào tuyết và cảm thấy rất tự hào về ngọn đồi nhỏ mình đã đắp. Chỉ trong chốc lát, hai bố con đã ngủ thiếp đi.

When Lars wakes up, day has broken. He is suddenly frightened: nothing but water wherever he looks! He is all alone in the middle of the ocean! Alone on a little island of ice with the small pile of snow. Where is his father? Lars feels completely abandoned.

Khi Lars thức dậy thì trời đã sáng. Cậu ấy đột nhiên cảm thấy sợ hãi: xung quanh cậu ấy chỉ toàn nước biển! Lars đang trôi dạt giữa đại dương! Chỉ một mình chơi vơi trên khối băng nhỏ và đống tuyết bé tí tẹo. Bố Lars đâu rồi? Lars cảm thấy như mình đã hoàn toàn bị bỏ rơi.

He feels a strange warmth and soon realizes that his ice floe is getting smaller and smaller. He discovers a big barrel floating towards him. It's a good thing that his father showed him how to swim! Bravely he jumps into the water and paddles to the barrel. He pulls himself up and holds on tight, because a strong wind is coming up. Lars is rocked by the waves.

Khi thấy có cảm giác ấm, là lạ, cậu ấy nhận ra ngay rằng tảng băng của mình đang dần dần nhỏ đi. Lars bỗng phát hiện ra một chiếc thùng lớn đang trôi về phía mình. May mắn thay, bố cậu ấy đã dạy cho cậu biết cách bơi! Lars nhảy xuống nước một cách can đảm và bơi đến chiếc thùng kia. Cậu ấy trèo lên rồi dùng hết sức mình bám chặt vào chiếc thùng vì biết gió lớn đang đến gần. Sóng vỗ vào thùng làm Lars lắc lư, lắc lư.

After the wind dies down, Lars drifts aimlessly on the sea for a long time. It keeps getting lighter and warmer. Suddenly, he sees land. Green land! Lars is amazed. This is not his white home! Where has he ended up? Carefully, Lars slides from the barrel and splashes through the shallow water to the shore.

Sau khi gió lặng, Lars tiếp tục trôi lênh đênh trên biển trong một thời gian rất lâu. Bầu trời ngày càng sáng hơn, ấm hơn. Đột nhiên Lars nhìn thấy đất liền. Đất liền xanh tươi đây rồi! Lars vô cùng ngạc nhiên. Đây không phải là ngôi nhà tuyết trắng của cậu ấy! Cậu ấy đã trôi đến đâu? Lars cẩn thận trượt xuống khỏi chiếc thùng và bơi qua vùng nước cạn để vào bờ.

Lars' paws hurt, as he walks over the hot sand. He longs for snow and ice. He is just turning back because he wants to cool his paws in the water, when a huge animal emerges in front of him. "Boo!" it says. Lars runs away. "Wait, wait! I'm just teasing you!" yells the big animal.

Hai bàn chân của Lars rát bỏng khi đi trên bờ cát nóng. Cậu ấy nhớ quê hương đầy băng tuyết của mình vô cùng. Khi Lars quay lại bờ biển để nhúng chân vào nước cho mát thì trước mặt cậu ấy bỗng dưng hiện ra một con vật khổng lồ. "Hù!" con vật khổng lồ kêu lên. Lars co chân bỏ chạy. "Đừng chạy, đừng chạy nào! Tớ trêu cậu thôi mà!" con vật khổng lồ la lớn.

"I'm Hippo, the hippopotamus. Who are you? Why are you so white?"
Lars doesn't know how to answer this last question. "Where I come from, everything is white!"
He isn't afraid of Hippo anymore and tells him about his long journey. "I'd like to go back home," he says finally.

"Tớ là hà mã, tên tớ là Hippo. Cậu là ai? Sao lông cậu trắng thế?"
Lars không biết phải trả lời câu hỏi thứ hai như thế nào. "Nơi tớ ở mọi thứ đều màu trắng!"
Không còn sợ Hippo nữa, Lars bắt đầu kể cho Hippo nghe về cuộc phiêu lưu mạo hiểm của mình.
Cuối cùng, Lars chia sẻ: "Tớ rất muốn về nhà."

Hippo doesn't have to think long. "The only one who can help you is Drago, the eagle. He's been all over the world and he'll know where you come from and how you can get back," he explains. "Come on, we have to cross the river and then climb up the mountain."

"I can't, um, you know… I can't swim very well yet," Lars stutters.

"No problem!" laughs Hippo. "Sit on my back – I definitely won't go under!"

Hippo không cần suy nghĩ lâu. "Người duy nhất có thể giúp cậu là Drago, cậu ấy là chim đại bàng. Drago đã du ngoạn khắp nơi trên thế giới, cậu ấy nhất định sẽ biết cậu đến từ đâu và có thể quay về bằng cách nào," Hippo giải thích. "Cậu hãy đi theo tớ, chúng ta phải băng qua sông và leo lên ngọn núi kia."

"Ừm... Hippo ơi, tớ bơi không giỏi cho lắm," Lars lúng túng nói.

"Không sao!" Hippo cười. "Cậu hãy ngồi trên lưng tớ - Nhất định sẽ không chìm đâu!"

On the opposite shore, Lars is amazed by the trees and bushes, the grass and the flowers. What a strange place! So many colors! He comes across a funny green animal that suddenly turns white. White like Lars! "A chameleon," explains Hippo. "It can change its color." Lars finds that very convenient.

Bên kia bờ đại dương, Lars hết sức ngạc nhiên khi nhìn thấy những cây xanh, bụi rậm, cỏ hoa tươi thắm. Nơi đây thật kỳ lạ! Vô số màu sắc rực rỡ! Lars nhìn thấy một con vật trông rất ngộ nghĩnh, lúc đầu mang màu da xanh lá cây nhưng sau đó lại chuyển sang màu trắng. Trắng y như Lars! "Đây là tắc kè hoa," Hippo giải thích. "Cậu ấy có khả năng thay đổi màu da đó mà." Lars thầm nghĩ tài năng này của tắc kè hoa rất ư là tiện lợi.

Then they arrive in the mountains. It isn't as hot here and Lars feels much more comfortable. Climbing up the mountain is very difficult for the hippopotamus, though. Lars helps him and shows him where he should put his feet.

Không lâu sau đó, đôi bạn đã đến vùng núi. Ở đây không nóng lắm, Lars cảm thấy thoải mái hơn nhiều. Nhưng leo núi lại khá khó khăn cho hà mã. Lars giúp đỡ bạn mình và chỉ chỗ cho hà mã đặt chân để leo lên.

"That's enough for today!" sighs Hippo exhausted. "Let's rest here – this is a nice spot." They look out over the land and the sea. Lars feels homesick.

"Hôm nay hai chúng mình đi như vậy là đủ rồi!" Hippo thở dài mệt mỏi. "Chúng mình hãy nghỉ ngơi ở đây - chỗ này tuyệt lắm." Đôi bạn cùng nhau ngồi nhìn ra đất trời và biển cả thênh thang. Lars cảm thấy nhớ nhà ơi là nhớ.

The next day they continue their climb. Hippo has to stop to take a break and catch his breath once in a while. He watches for Drago. "There he is!" he finally yells. Lars ducks down when he sees the huge bird. "Hello, Drago!" Hippo greets the eagle warmly as he lands. Then he briefly explains why he's come up the mountain with Lars.

Ngày hôm sau, đôi bạn lại tiếp tục leo núi. Thỉnh thoảng, Hippo phải dừng lại để nghỉ ngơi lấy lại sức. Cậu ấy lướt mắt nhìn xung quanh để tìm Drago. "Kìa! Drago kia kìa!" Hippo hét lên. Lars cúi gập người xuống khi nhìn thấy đại bàng to lớn. "Chào Drago!" Hippo thân mật nói lời chào khi đại bàng hạ cánh, sau đó nhanh chóng giải thích lý do Hippo và Lars đã leo núi tìm đại bàng.

Drago looks at Lars. "Well, well, a polar bear in Africa! You're a long way from home, little guy. But I know a whale – he travels back and forth between here and the North Pole. He'll take you back. Meet me and Orca tomorrow in the bay."
"Thank you so much!" says Lars. Then they walk back down the mountain.

Drago quay sang nhìn Lars. "Chà chà, gấu bắc cực xuất hiện ở Châu Phi! Nhà cậu cách đây xa rất xa, gấu nhỏ à. Nhưng tớ có người bạn là cá voi - cá voi thường du hành qua lại giữa nơi đây và Bắc Cực và có thể đưa cậu về. Ngày mai các cậu ra vịnh gặp tớ và Orca nhé."
"Tớ cảm ơn cậu rất nhiều!" Lars nói. Sau đó Lars và Hippo đi bộ xuống núi.

Lars walks ahead light-footed – the anticipation of returning home drives him on. Hippo stomps behind. His heart is heavy. Early the next morning, they meet Drago and Orca in the bay. Hippo is happy for Lars that he gets to go home. But saying goodbye to his little friend isn't easy.
"All the best, then," is all he can say.

Lars đi trước Hippo - sự nôn nóng được sớm về nhà khiến bước chân Lars trở nên nhẹ nhàng, nhanh nhẹn hơn. Hà mã chầm chậm dậm chân theo sau, cảm giác trong lòng nặng trĩu. Sáng sớm hôm sau, đôi bạn đến vịnh gặp Drago và Orca. Hippo mừng cho Lars vì cậu ấy sắp được đoàn tụ với bố mẹ. Nhưng nói lời tạm biệt với người bạn nhỏ của mình không phải là điều dễ dàng đối với Hippo.
Hippo chỉ nói được câu: "Chúc cậu mọi điều tốt đẹp, Lars nhé."

"Thanks a bunch for everything, dear Hippo!" yells Lars, as he sits on the whale. Drago flies along for a while. Hippo is left alone. He sits on the beach long after Lars has disappeared from view.

"Cảm ơn cậu vì tất cả, Hippo thân yêu!" Lars la lớn xong trèo lên lưng cá voi. Drago cũng chấp cánh bay theo một đoạn đường, còn Hippo thì ở lại một mình phía sau. Cậu ấy ngồi lại trên bãi biển rất lâu sau khi Lars biến khỏi tầm mắt.

"You must live around here somewhere," says Orca, as they get near the big icebergs. At that very moment, Lars cries: "There's my father! Father! Father! Here I am!" Father Polar Bear can't believe his eyes! There's Lars – on the back of a whale!

"Chắc nhà cậu ở đâu đó gần đây," Orca nói khi đôi bạn bơi đến gần những tảng băng lớn. Ngay lúc đó, Lars kêu to: "Bố tớ kìa! Bố! Bố! Con đây Bố ơi!" Gấu Bố không thể tin vào mắt mình! Lars bé nhỏ đang ở đằng kia - trên lưng một con cá voi!

Although Father Polar Bear is very tired from his long search for Lars, he instantly sets about catching a nice, big fish for Orca. The whale thanks him and swims off again.
"Now," says Father Bear, "let's get back home to your mother right away!"

Mặc dù Gấu Bố rất mệt mỏi sau những ngày dài tìm kiếm Lars, ông vẫn hăng hái chạy đi bắt một con cá thật to, thật ngon để đãi Orca ngay. Cá voi cảm ơn ông rồi vẫy đuôi quay về với biển cả.
"Bây giờ bố con mình về nhà ngay để gặp mẹ con nhé!" Gấu Bố nói.

Lars gets to ride on his father's back. He can hold on to the shaggy fur with no trouble. On Hippo's back it was really slippery. They head back across the big ice. Everything is white and cold. Lars is happy. The last time they traveled this path, Father Polar Bear taught his little son lots of things. Now it's Lars who talks and talks. He tells about things that his father has never seen.

"And no one there was white? Not anyone?" asks Father Polar Bear stunned.

"No, no one except a chameleon. But that doesn't count," says Lars and laughs.

Father Polar Bear doesn't understand what Lars is laughing about, but he's happy that Lars is home again.

Lars sung sướng cưỡi trên lưng bố. Cậu ấy nắm chặt bộ lông dày ấm của bố mình một cách dễ dàng, còn lưng Hippo thì trơn lắm. Hai bố con đi bộ về nhà qua vùng băng tuyết rộng lớn. Khung cảnh xung quanh họ trắng lấp lánh trong giá lạnh. Trong lòng Lars cảm thấy rất hạnh phúc. Lần trước khi hai bố con đi trên con đường này, Gấu Bố đã dạy cho con trai nhỏ bé của mình rất nhiều điều. Nhưng bây giờ thì đến lượt Lars say sưa nói. Cậu ấy hào hứng kể về những điều mà bố mình chưa bao giờ nhìn thấy.

"Và ở đó không ai có bộ lông màu trắng thật sao con? Thật sự không có à?" Bố Lars sững sờ hỏi.

"Không bố ạ, không ai ngoại trừ tắc kè hoa, nhưng chuyện đó không tính," Lars nói rồi cười to.

Gấu Bố không hiểu Lars đang cười về điều gì, nhưng trong ông đầy niềm vui vì Lars đã trở về nhà.

NorthSouth Books and Edition bi:libri are proud to present an exciting line of multilingual children's books.

Launched in 2019 with ten bilingual editions of *The Rainbow Fish*, this series continues with further titles that address universal themes such as friendship, tolerance, and finding courage—bringing great stories and second-language learning fun to children around the world.

The following bilingual editions of the *Little Polar Bear* are available:

English/German
ISBN: 978-0-7358-4433-9

English/French
ISBN: 978-0-7358-4434-6

English/Italian
ISBN: 978-0-7358-4435-3

English/Spanish
ISBN: 978-0-7358-4436-0

English/Arabic
ISBN: 978-0-7358-4437-7

English/Chinese
ISBN: 978-0-7358-4438-4

English/Korean
ISBN: 978-0-7358-4439-1

English/Japanese
ISBN: 978-0-7358-4440-7

English/Russian
ISBN: 978-0-7358-4441-4

English/Vietnamese
ISBN: 978-0-7358-4442-1

Edition bi:libri is a publishing house based in Germany, specializing in bilingual children's books. Publisher Dr. Kristy Koth is American and did undergraduate studies in languages and second-language acquisition before completing an MA and a PhD in French Literature. She taught French in the US and English in Japan, France, and Germany before beginning her career in publishing, where she combines her knowledge about language learning with her passion for children's literature.